피무쌤의 생생 365 태국어 일상생활

เรียนภาษาไทย365วันกับครูพี่หมู

오르비타

피무쌤의 생생 365 태국어 일상생활

초판 2쇄 인쇄 2021년 9월 20일
초판 2쇄 발행 2021년 9월 30일

지은이 피무
펴낸이 서덕일
펴낸곳 오르비타

출판등록 2014. 11. 17 (제2014-66호)
주소 경기도 파주시 회동길 366 3층 (10881)
전화 (02) 499-1281~2
팩스 (02) 499-1283

전자우편 info@moonyelim.com
홈페이지 www.moonyelim.com

ISBN 979-11-974330-2-3(03730)
값 13,500원

이 교재의 특징

성조표기가 된 한글 스크립트 및 원어민의 발음과 저자의 해설이 수록된 유튜브 재생목록의 큐알(QR)코드를 수록하였습니다.

태국어 문장 위에 한글 독음을 병기하여 태국어 문자를 몰라도 원어민의 음성을 들으며 성조에 맞게 회화문을 따라 읽을 수 있도록 구성하였습니다.

청취횟수 표기란 구성으로 자신의 학습 횟수를 확인할 수 있습니다.

에피소드에 수록된 회화문을 직접 쓰면서 연습할 수 있는 <쓰기연습>란을 별도로 구성하였습니다.
(저작권 등록번호 : c2018050681)

교재 활용 방법

해당 본문에 등장하는 단어들과 문장을 직접 필기하면서 학습을 한다면 보다 효율적인 학습이 가능합니다.

본문을 공부하기에 앞서 아래 태국어의 주요 특징 등에 관한 에피소드를 우선 청취하신 다음 본문 학습을 시작하시면 보다 효율적인 학습이 가능합니다.

부족했던 교재를 멋지게 탈바꿈시켜 주셔서 더욱 밝은 빛을 보게 해 주신 도서출판 문예림의 대표님 이하 관계자분들께 감사드리고 무엇보다 번거롭고 힘든 작업임에도 본문스크립트의 음성을 녹음해 주신 모(Mo)씨와 엄씬(Aomsin)님께 감사드립니다.

차례

YouTube

피무쌤의 생생 365 태국어 일상생활

EPISODE: 01

방(에)콕

청취횟수

01

회화문

A เธอ เก็บ ตัว อยู่ แต่ ใน บ้าน ทุกวัน เลย ไม่ เบื่อ เหรอ

B ไม่ เอา ไม่เป็นไร ฉัน ชอบ อยู่ บ้าน

02

독음 및 해석

트ㅓ- 겝 뚜-워 유- 때- 나이 바-ㄴ 툭 완 르ㅓ-이 마이 브-아 르ㅓr-

A เธอ เก็บ ตัว อยู่ แต่ ใน บ้าน ทุกวัน เลย ไม่ เบื่อ เหรอ

매일 방콕 하는 거 안 지루해?

마이 아오 마이 뻰 라이 찬 처-ㅂ 유- 바-ㄴ

B ไม่ เอา ไม่เป็นไร ฉัน ชอบ อยู่ บ้าน

아니 괜찮아. 난 방콕이 좋아.

03

주요단어

เธอ 그녀, 너(여성2인칭대명사)

เก็บตัว 은신하다

อยู่ 살다(있다), 존재하다

แต่ 하지만, 오직

ใน ~안에

บ้าน 집

ทุก 모든, 각, 매

วัน 날, 일

ไม่ ~이 아니다 (부정)

เบื่อ 지루한, 심심한

เหรอ 의문조사

เอา 가지다, 취하다

ไม่เป็นไร 괜찮다 (관용구)

ฉัน 나, 저(여성1인칭대명사)

ชอบ 좋아하다

04

쓰기연습

성조에 맞게 큰 소리로 읽으면서 따라 써 보세요.

A เธอเก็บตัวอยู่แต่ในบ้านทุกวันเลย ไม่เบื่อเหรอ

B ไม่เอา ไม่เป็นไร ฉันชอบอยู่บ้าน

NOTE

EPISODE: 02 동안

청취횟수

01

회화문

A สวัสดี มา กับ พี่สาว เหรอ จะ ไป ไหน กัน

B ไม่ใช่ นี่ แม่ ฉัน เอง

A หา คุณแม่ เหรอ หน้า เด็ก มาก เลย ค่ะ

02

독음 및 해석

싸왇디- 마- 깝 피-싸-우 르ㅓr- 짜 빠이 나이 깐

A **สวัสดี มา กับ พี่สาว เหรอ จะ ไป ไหน กัน**

안녕, 언니랑 왔어? 어디가?

마이차이 니- 매- 찬 에-ㅇ

B **ไม่ใช่ นี่ แม่ ฉัน เอง**

아니야. 우리 엄마야.

하- 쿤 매- 르ㅓr- 나- 덱 마-ㄱ 르ㅓ-이 카

A **หา คุณแม่ เหรอ หน้า เด็ก มาก เลย ค่ะ**

어머! 어머니셔? (어머니를 보며) 정말 동안이세요.

03

주요단어

สวัสดี 안녕(인사말)
มา 오다
กับ ~과(와)
พี่สาว 언니, 누나
จะ ~할 것이다(미래조동사)
ไป 가다
ไหน 어느, 어떤
กัน 서로,함께
นี่ 이(지시대명사)
คุณแม่ 어머니(님)
เอง 자기,스스로
หา 찾다, 어?(놀람의감탄사)
หน้าเด็ก 동안, 어려 보이다
มาก 정말, 많이(정도부사)
เลย 강조부사

04

쓰기연습

성조에 맞게 큰 소리로 읽으면서 따라 써 보세요.

A สวัสดี มากับพี่สาวเหรอ จะไปไหนกัน

B ไม่ใช่ นี่แม่ฉันเอง

A หา คุณแม่เหรอ หน้าเด็กมากเลยค่ะ

NOTE

EPISODE: 03

선보다

청취횟수

01

회화문

A วันเสาร์ ที่ แล้ว มี นัด ดู ตัว ใช่ไหม เป็น ยังไง บ้าง

B ทาง นั้น หล่อ มาก แต่ เขา ไม่ ชอบ ฉัน เสียดาย จัง

02

독음 및 해석

완 싸오 티- 래-우 미- 낟 두- 뚜-워 차이 마이 뻰 양응아이 바-ㅇ

A วันเสาร์ ที่ แล้ว มี นัด ดู ตัว ใช่ไหม เป็น ยังไง บ้าง

지난 토요일에 선봤지! 맞지? 어땠어?

타-ㅇ 난 러- 마-ㄱ 때- 카오 마이 처-ㅂ 찬 씨-야 다-이 짱

B ทาง นั้น หล่อ มาก แต่ เขา ไม่ ชอบ ฉัน เสียดาย จัง

그 쪽은 완전 잘 생겼었는데 날 안 좋아해. 정말 아쉬워.

03

주요단어

วันเสาร์ 토요일

ที่แล้ว 지난~<과거>

มี 있다(소유)

นัด 약속하다

ดู 보다

ตัว 몸, 모습

ใช่ไหม 맞지?(의문조사)

เป็นยังไง 어때?(관용)

บ้าง 약간, 일부

ทาง 길, 방법, 측

นั้น 그[지시형용사)

หล่อ 주조하다,미남이다

แต่ 그러나

เขา 그(사람)[3인칭대명사]

ไม่ชอบ 좋아하지 않다

เสียดาย 아쉽다, 아깝다

จัง 강조어조사(구어체)

04

쓰기연습

성조에 맞게 큰 소리로 읽으면서 따라 써 보세요.

A　วันเสาร์ที่แล้วมีนัดดูตัวใช่ไหม　เป็นยังไงบ้าง

B　ทางนั้นหล่อมาก　แต่เขาไม่ชอบฉัน　เสียดายจัง

NOTE

EPISODE: 04

마음에 들다

청취횟수

01

회화문

A นาฬิกา ข้อมือ ที่ ฉัน ให้ เป็น ของขวัญ เป็นยังไงบ้าง คะ

B ถูกใจ ค่ะ วันนี้ ก็ ใส่ มา

02

독음 및 해석

나 - 리 까 - 커 - 므 - 티- 찬 하이 뻰 커-ㅇ 콴 뻰 양응아이바 - ㅇ 카

A นาฬิกา ข้อมือ ที่ ฉัน ให้ เป็น ของขวัญ เป็นยังไงบ้าง คะ

제가 선물로 드린 손목시계 어떠세요?

투-ㄱ짜이 카 완 니 - 꺼- 싸이 마 -

B ถูกใจ ค่ะ วันนี้ ก็ ใส่ มา

마음에 들어요. 오늘도 차고 왔어요.

03

주요단어

นาฬิกา 시계
ข้อมือ 손목
ให้ 주다
เป็น ~로(전치사)
ของขวัญ 선물
เป็นยังไง 어때?(관용)
บ้าง 약간, 일부
ถูกใจ 마음에 들다
วันนี้ 오늘
ก็ ~도, 또한
ใส่ 입다, 넣다, 착용하다
มา 오다

04

쓰기연습

성조에 맞게 큰 소리로 읽으면서 따라 써 보세요.

A นาฬิกาข้อมือที่ฉันให้เป็นของขวัญเป็นยังไงบ้าง คะ

B ถูกใจค่ะ วันนี้ก็ใส่มา

NOTE

EPISODE: 05

세 살 버릇 여든까지 간다

청취횟수

01

회화문

A เขา เป็น คน แปลก จริงๆ อยาก ให้ เขารู้ นิสัย ตัวเองจัง

B ช่วย ไม่ได้ ไม้ แก่ ดัด ยาก แล้ว ละ

02

독음 및 해석

카오 뻰 콘 쁠래-ㄱ 찡 찡 야-ㄱ 하이 카오 루- 니싸이 뚜-워에-ㅇ 짱

A **เขา เป็น คน แปลก จริงๆ อยาก ให้ เขารู้ นิสัย ตัวเองจัง**

그 사람 정말 이상한 사람이야, 자기 버릇(성격)을 알게 해주고 싶어.

추-워이 마이다이 마이 깨- 닫 야-ㄱ 래-우 라

B **ช่วย ไม่ได้ ไม้ แก่ ดัด ยาก แล้ว ละ**

어쩔 수 없어. 세 살 버릇 여든간다잖아.

03

주요단어

คน	사람
แปลก	이상하다
จริง	정말, 진짜
อยาก	~하고싶다
ให้	~하게하다
รู้	알다
นิสัย	성격, 버릇
ตัวเอง	자신, 본인
ช่วย	돕다
ไม่ได้	~할 수 없다
ไม้	나무
แก่	오래되다, 늙다
ดัด	구부렸다 폈다 하다
ยาก	어렵다
แล้ว	완료조동사

04

쓰기연습

성조에 맞게 큰 소리로 읽으면서 따라 써 보세요.

A เขาเป็นคนแปลกจริงๆ อยากให้เขารู้นิสัยตัวเองจัง

B ช่วยไม่ได้ ไม้แก่ดัดยากแล้วละ

NOTE

쉬어가기:

태국어 숫자 1~10

청취횟수

01

숫자 1~12

1	2	3	4	5	6
능	써-ㅇ	싸-ㅁ	씨-	하-	혹
หนึ่ง	สอง	สาม	สี่	ห้า	หก

7	8	9	10	11	12
쩻	빼-ㄷ	까-오	씹	씹 엣	씹 써-ㅇ
เจ็ด	แปด	เก้า	สิบ	สิบเอ็ด	สิบสอง

• 십 단위에서 1은 เอ็ด[엣]으로 표현함에 주의하세요.

02

고유숫자 0~9

0	1	2	3	4	5	6	7	8	9
๐	๑	๒	๓	๔	๕	๖	๗	๘	๙
쑤-ㄴ	능	써-ㅇ	싸-ㅁ	씨-	하-	혹	쩻	빼-ㄷ	까-오
ศูนย์	หนึ่ง	สอง	สาม	สี่	ห้า	หก	เจ็ด	แปด	เก้า

쑤-ㄴ까-오하- 쩻빼-ㄷ싸-ㅁ 씨-혹하-써-ㅇ

예 ๐๙๕ - ๗๘๓ - ๔๖๕๒ 095-783-4652

03

고유숫자 쓰기

๐ ๐ ๐
∨ ∨ ∨
쑤-ㄴ 쑤-ㄴ 쑤-ㄴ

๑ ๑ ๑
\ \ \
능 능 능

๒ ๒ ๒
∨ ∨ ∨
써-ㅇ 써-ㅇ 써-ㅇ

๓ ๓ ๓
∨ ∨ ∨
싸-ㅁ 싸-ㅁ 싸-ㅁ

๔ ๔ ๔
\ \ \
씨- 씨- 씨-

๕ ๕ ๕
∧ ∧ ∧
하- 하- 하-

๖ ๖ ๖
\ \ \
혹 혹 혹

๗ ๗ ๗
\ \ \
쩯 쩯 쩯

๘ ๘ ๘
\ \ \
뻬-ㄷ 뻬-ㄷ 뻬-ㄷ

๙ ๙ ๙
∧ ∧ ∧
까-오 까-오 까-오

๑๐ ๑๐ ๑๐
\ \ \
씹 씹 씹

๑๑ ๑๑ ๑๑
\\ \\ \\
씹엗 씹엗 씹엗

EPISODE: 06

쌩얼

청취횟수

01

회화문

A ทำไม หน้า สด ของ ไอดอล ผู้ชาย

ถึง สวย กว่า ผู้หญิง เป็นไปได้ ยังไง

B นั่นสิ สวย กว่า เรา แต่งหน้า อีก

02

독음 및 해석

탐 마이 나 - 쏟 커 - ㅇ 아 이 더 - ㄴ 푸 - 차 - 이

A **ทำไม หน้า สด ของ ไอดอล ผู้ชาย**

왜 남자아이돌의 쌩얼이

틍 쑤-워이 꽈 - 푸 - 잉 뻰 빠이 다이 양응아이

ถึง สวย กว่า ผู้หญิง เป็นไปได้ ยังไง

여자보다 예쁜거야! 어떻게 가능해?

난 씨 쑤-워이 꽈 - 라r오 땡 나 - 이-ㄱ

B **นั่นสิ สวย กว่า เรา แต่งหน้า อีก**

그러니까. 우리가 화장한 것 보다 더 예뻐.

03

주요단어

ทำไม 왜(의문사)
หน้า 얼굴
สด 신선(싱싱,선명)하다
หน้าสด 쌩얼
ไอดอล 아이돌(idol)
ถึง ~에 이르다(정도)
สวย 예쁘다
กว่า ~보다(비교급)
ผู้หญิง 여성
เป็นไปได้ 가능하다
นั่นสิ <회화>그러게, 그러니까
เรา 우리(2인칭대명사), 나
แต่งหน้า (얼굴)화장하다
อีก 더

04

쓰기연습

성조에 맞게 큰 소리로 읽으면서 따라 써 보세요.

A ทำไมหน้าสดของไอดอลผู้ชาย

ถึงสวยกว่าผู้หญิง เป็นไปได้ยังไง

B นั่นสิ สวยกว่าเราแต่งหน้าอีก

NOTE

EPISODE: 07

각선미

청취횟수

01

회화문

A เรา ชอบ ผู้หญิง ขา ยาว สวย

B ว่าแต่ คบ กับ ผู้หญิง สูง กว่า นาย โอเค ใช่ไหม

02

독음 및 해석

라r오 처 - ㅂ 푸-잉 카 - 야 - 우 쑤-워이

A **เรา ชอบ ผู้หญิง ขา ยาว สวย**

난 각선미 있는 여자를 좋아해.

와 - 때 - 콥 깝 푸-잉 쑤-ㅇ 꽈 - 나 - 이 오 - 케 - 차이 마이

B **ว่าแต่ คบ กับ ผู้หญิง สูง กว่า นาย โอเค ใช่ไหม**

그런데 너보다 키 큰 여자도 괜찮아?

03 주요단어

ชอบ 좋아하다	**ว่าแต่** 그런데(구어체)	**กว่า** ~보다(비교급)
ขา (신체)다리	**คบ** 사귀다	**นาย** 너(남성청자)
ยาว 길다	**กับ** ~와(전치사)	**โอเค** 오케이(okey)
สวย 예쁘다	**สูง** (높이)높다,(키가)크다	**ใช่ไหม** 맞지?(의문)

04 쓰기연습

성조에 맞게 큰 소리로 읽으면서 따라 써 보세요.

A เราชอบผู้หญิงขายาวสวย

B ว่าแต่คบกับผู้หญิงสูงกว่านาย โอเคใช่ไหม

NOTE

EPISODE: 08

애교

청취횟수

01 회화문

A แฟน ขอให้ ทำตัว แอ๊บแบ๊ว ต้อง ทำ ยังไง เหรอ

ฉัน แอ๊บแบ๊ว ไม่เป็น จริงๆ

02 독음 및 해석

f 훼-ㄴ 커-하이 탐 뚜-워 앱 배-우 떵 탐 양응아이 르ㅓr-

A แฟน ขอให้ ทำตัว แอ๊บแบ๊ว ต้อง ทำ ยังไง เหรอ

애인이 애교를 부려달라는데 어떻게 해야돼?

찬 앱 배-우 마이 뻰 찡 찡

ฉัน แอ๊บแบ๊ว ไม่เป็น จริงๆ

나 애교 진짜 못 부리는데.

03 주요단어

แฟน 애인
ขอให้ 바라다,요구하다
ทำตัว 행동하다
แอ๊บแบ๊ว 애교부리다
ต้อง ~해야한다
ทำ 하다
ยังไง 어떻게(의문사)
เหรอ 의문조사
ไม่เป็น ~할 수 없다
จริง 정말, 진짜

04 쓰기연습

성조에 맞게 큰 소리로 읽으면서 따라 써 보세요.

A แฟนขอให้ทำตัวแอ๊บแบ๊ว ต้องทำยังไงเหรอ

ฉันแอ๊บแบ๊วไม่เป็นจริงๆ

NOTE

EPISODE: 09

욕먹다

청취횟수

01

회화문

A นักร้อง คน นั้น มี ปัญหา เรื่อง ติดยา

เลย ถูก แฟนคลับ ด่า ซะ ไม่เหลือ เลย

02

독음 및 해석

낙 러 r - ㅇ 콘 난 미- 빤 하 - 르 r - 앙 띧 야 -

A **นักร้อง คน นั้น มี ปัญหา เรื่อง ติดยา**

그 가수는 마약 사건으로 문제가 있어요.

르ㅓ-이 투-ㄱ 훼 f - ㄴ 클랍 다 - 싸 마이 르 - 아 르ㅓ-이

เลย ถูก แฟนคลับ ด่า ซะ ไม่เหลือ เลย

그래서 팬클럽한테 욕을 많이 먹었어요.

03 주요단어

นักร้อง 가수

ปัญหา 문제

เรื่อง 이야기, 일, 사건

ติดยา (마약 등)중독되다

เลย 그래서(접속사)

ถูก 당하다, 입다(수동)

แฟนคลับ 팬클럽

ด่า 욕하다, 꾸짖다

ซะ (강조어조사)

เหลือ 남다

เลย 강조부사

04 쓰기연습

성조에 맞게 큰 소리로 읽으면서 따라 써 보세요.

A　นักร้องคนนั้น มีปัญหาเรื่องติดยา

เลยถูกแฟนคลับด่าซะไม่เหลือเลย

NOTE

EPISODE: 10

바람둥이

청취횟수

01

회화문

A โอ้ว ผู้ชาย คน นั้น มา กับ ผู้หญิง คน ใหม่ อีก แล้ว

เห็น กี่ ที ก็ เปลี่ยน สาว ตลอด

B ผู้ชาย เจ้าชู้ นี่ นะ

02

독음 및 해석

오-우 푸-차-이 콘 난 마- 깝 푸-잉 콘 마이 이-ㄱ 래-우

A **โอ้ว ผู้ชาย คน นั้น มา กับ ผู้หญิง คน ใหม่ อีก แล้ว**

오~ 그 남자 또 새로운 여자랑 왔어.

헨 끼- 티 꺼- 쁠리-얀 싸-우 딸러-ㄷ

เห็น กี่ ที ก็ เปลี่ยน สาว ตลอด

볼 때마다 항상 여자가 바뀌네.

푸-차-이 짜오추- 니 나

B **ผู้ชาย เจ้าชู้ นี่ นะ**

바람둥이네.

03

주요단어

โอ้ว (놀람의 감탄사)	**อีก** 더, 또	**ก็** ~도, 또한
นั้น 그(지시형용사)	**แล้ว** (완료조동사)	**เปลี่ยน** 변하다, 바꾸다
มา 오다	**เห็น** 보다, 보이다	**สาว** 여자, 여성
กับ ~와(과), 함께	**กี่** 몇(의문)	**ตลอด** 언제나, 끊임없이
ใหม่ 새롭다, 새로운	**ที** 번, 차례(유별사)	**เจ้าชู้** 바람둥이

04

쓰기연습

성조에 맞게 큰 소리로 읽으면서 따라 써 보세요.

A โอ้ว ผู้ชายคนนั้นมากับผู้หญิงคนใหม่อีกแล้ว

เห็นกี่ทีก็เปลี่ยนสาวตลอด

B ผู้ชายเจ้าชู้นี่นะ

NOTE

쉬어가기: 태국어 숫자 100~1억

청취횟수

01

숫자 100~1억

10	100	1,000	10,000
씹 สิบ	러r-이 ร้อย	판 พัน	므-ㄴ หมื่น
100,000	**1,000,000**	**10,000,000**	**1,000,000,000**
쌔-ㄴ แสน	라-ㄴ ล้าน	씹 라-ㄴ สิบล้าน	러r-이 라-ㄴ ร้อยล้าน

• 이십(20)은 สองสิบ[써-ㅇ씹]이 아닌 ยี่สิบ[이y-씹]으로 사용하고, 태국어의 수의 단위 중 십만과 백만은 고유 단위가 따로 있는 특징이 있습니다.

㉥ 삼십만 (300,000)

싸-ㅁ 쌔-ㄴ
สาม แสน

백 오십만 (1,500,000)

능 라-ㄴ 하- 쌔-ㄴ
หนึ่ง ล้าน ห้า แสน

02

숫자연습

다음 <보기>와 같이 연습해 보세요

㉮ 이백 구십만

써-ㅇ 라-ㄴ 까-오 쌔-ㄴ

สอง ล้าน เก้า แสน

① สามล้านเจ็ดแสน

② สามล้านหนึ่งแสน

③ ห้าล้านเก้าแสน

정답 ① 싸-ㅁ 라-ㄴ 까-오 쌔-ㄴ ② 싸-ㅁ 라-ㄴ 능 쌔-ㄴ ③ 하- 라-ㄴ 까-오 쌔-ㄴ

㉮ 이백 구십만 (고유숫자)

써-ㅇ 라-ㄴ 까-오 쌔-ㄴ

๒ ล้าน ๙ แสน

① ๖ล้าน ๓แสน

② ๔ล้าน ๘แสน

③ ๕ล้าน ๑แสน

정답 ① 혹라-ㄴ 싸-ㅁ쌔-ㄴ ② 씨-라-ㄴ 빼-ㅅ쌔-ㄴ ③ 하-라-ㄴ 능쌔-ㄴ

EPISODE: 11 짝퉁

청취횟수

01

회화문

A ซื้อ กระเป๋า ใหม่ อีก แล้ว เหรอ

ของ แบรนด์ เนม ด้วย นะเนี่ย

B ไม่ใช่ ของ ก๊อป ต่างหาก โอเค มะ

02

독음 및 해석

쓰- 끄라빠오 마이 이-ㄱ 래-우 르ㅓr-

A **ซื้อ กระเป๋า ใหม่ อีก แล้ว เหรอ**

가방 새로 또 샀어?

커-ㅇ 브래r-ㄴ 네-ㅁ 두-워이 나니-야

ของ แบรนด์ เนม ด้วย นะเนี่ย

명품이잖아!

마이차이 커-ㅇ 껍 따-ㅇ하-ㄱ 오-케- 마

B **ไม่ใช่ ของ ก๊อป ต่างหาก โอเค มะ**

아니야. 명품은 웬걸 작퉁이야. 괜찮지?

03

주요단어

ซื้อ 사다

กระเป๋า 가방

ใหม่ 새롭다, 새로운

อีก 더, 또

แล้ว (완료조동사)

เหรอ 의문조사

ของ 물건

แบรนด์ 브랜드(brand)

เนม 네임(name)

ด้วย ~도, 또한, 함께

ไม่ใช่ ~이 아니다

ของก๊อป 짝퉁(copy)

ต่างหาก 오히려

โอเค 오케이(okey)

04

쓰기연습

성조에 맞게 큰 소리로 읽으면서 따라 써 보세요.

A ซื้อกระเป๋าใหม่อีกแล้วเหรอ

ของแบรนด์เนมด้วยนะเนี่ย

B ไม่ใช่ ของก๊อปต่างหาก โอเคมะ

NOTE

EPISODE: 12

꼴보기 싫다

청취횟수

01

회화문

A ผู้ชาย คน นั้น ชวน ฉัน คุย ทุกวัน

เหม็นขี้หน้า จริงๆ ไม่ชอบ เลย

B ถ้างั้น ก็ บอก ไป ตรงๆ สิ ว่า ไม่ชอบ

02

독음 및 해석

푸-차-이 콘 난 추-원 찬 쿠이 툭 완

A **ผู้ชาย คน นั้น ชวน ฉัน คุย ทุกวัน**

그 남자가 매일 나한테 말시켜.

멘 키-나- 찡 찡 마이 처-ㅂ 르ㅓ-이

เหม็นขี้หน้า จริงๆ ไม่ชอบ เลย

진짜 꼴 보기도 싫고 너무 싫어.

탕-응안 꺼- 버-ㄱ 빠이 뜨롱뜨롱 씨 와- 마이처-ㅂ

B **ถ้างั้น ก็ บอก ไป ตรงๆ สิ ว่า ไม่ชอบ**

그럼 싫다고 사실대로 말해버려.

03

주요단어

ผู้ชาย 남자,

คน 사람, 명(유별사)

นั้น 그[지시형용사)

ชวน 권하다

คุย 대화하다

ทุกวัน 매일

เหม็น (냄새)고약하다

ขี้ 변, 찌꺼기, 때

หน้า 얼굴

เหม็นขี้หน้า 꼴보기 싫다

เลย 강조부사

ถ้างั้น 그럼, 그러면

บอก 말하다

ตรง 딱, 사실대로

ว่า ~라고

04

쓰기연습

성조에 맞게 큰 소리로 읽으면서 따라 써 보세요.

A ผู้ชายคนนั้นชวนฉันคุยทุกวัน

เหม็นขี้หน้าจริงๆ ไม่ชอบเลย

B ถ้างั้นก็บอกไปตรงๆสิว่าไม่ชอบ

NOTE

EPISODE: 13 이상형

청취횟수

01

회화문

A สเป็ค ของ เธอ เป็น แบบ ไหน เหรอ

B หล่อ สูง รวย

A โห หัวสูง นะเนี่ย

02

독음 및 해석

싸 뻭 커-ㅇ 트ㅓ- 뻰 배-ㅂ 나이 르ㅓr-

A **สเป็ค ของ เธอ เป็น แบบ ไหน เหรอ**

그 남자가 매일 나한테 말시켜.

러 - 쑤-ㅇ 루r-워이

B **หล่อ สูง รวย**

진짜 발냄새가 나고 너무 싫어.

호 - 후-워쑤-ㅇ 나 니 - 야

A **โห หัวสูง นะเนี่ย**

그럼 싫다고 사실대로 말해버려.

03

주요단어

สเป็ค 스펙(qualificaction)

ของ ~의(소유격)

เธอ 그녀, 너(여성 2인칭대명사)

เป็น ~이다

แบบ 스타일, 양식

ไหน 어느(의문)

เหรอ 의문조사

หล่อ 미남이다

สูง 키가크다

รวย 부자(이다)

โห (놀람의 감탄사)

หัวสูง 눈이 높다

นะเนี่ย (강조어조사)

04

쓰기연습

성조에 맞게 큰 소리로 읽으면서 따라 써 보세요.

A สเป็คของเธอเป็นแบบไหนเหรอ

B หล่อสูงรวย

A โห หัวสูง นะเนี่ย

NOTE

EPISODE: 14

눈에 넣어도 안 아프다

청취횟수

01

회화문

ลูก คือ แก้วตา ดวงใจ ของ พ่อ แม่

ลูก คือ ของขวัญ ที่ มี ค่า ที่สุด ใน ชีวิต

02

독음 및 해석

루-ㄱ 크- 깨-우 따- 두-윙짜이 커-ㅇ 퍼- 매-

ลูก คือ แก้วตา ดวงใจ ของ พ่อ แม่

매부모에게 자식은 눈에 넣어도 아프지 않(은 존재이)다.

루-ㄱ 크- 커-ㅇ 콴 티- 미- 카- 티-쑷 나이 치-윋

ลูก คือ ของขวัญ ที่ มี ค่า ที่สุด ใน ชีวิต

자녀는 인생에서 가장 가치있는 선물이다.

03 주요단어

ลูก 자녀, 자식
คือ ~이다
แก้วตา (비유)사랑하는 사람
ดวงใจ (비유)아끼는 사람
ของ ~의(소유격)
พ่อ 아빠
แม่ 엄마
ของขวัญ 선물
ที่ (관계대명사)
มี 있다(소유)
ค่า 가치, 비용
ที่สุด (최상급)
ใน ~(안)에
ชีวิต 인생

04 쓰기연습

성조에 맞게 큰 소리로 읽으면서 따라 써 보세요.

ลูกคือแก้วตาดวงใจของพ่อแม่

ลูกคือของขวัญที่มีค่าที่สุดในชีวิต

NOTE

EPISODE: 15

처음엔 다 어렵다

청취횟수

01

회화문

A ฉัน เพิ่ง เริ่ม เรียน ไวโอลีน แต่ ยาก กว่า ที่ คิด

B ครั้ง แรก มัก ยาก เสมอ แหละ

02

독음 및 해석

찬 프ㅓ-ㅇ 르ㅓr-ㅁ 리r-얀 와이오-ㄹ리-ㄴ 때- 야y-ㄱ 꽈- 티- 킨

A **ฉัน เพิ่ง เริ่ม เรียน ไวโอลีน แต่ ยาก กว่า ที่ คิด**

저는 이제 갓 바이올린을 배우기 시작했어요. 그런데 생각보다 어려워요.

크랑r 래r-ㄱ 막 야y-ㄱ 싸므ㅓ- 래

B **ครั้ง แรก มัก ยาก เสมอ แหละ**

처음엔 항상 어려운 거죠.

03 주요단어

ฉัน 저, 나(여성1인칭대명사)

เพิ่ง 방금, 금방, 갓

เริ่ม 시작하다

เรียน 공부하다

ไวโอลีน 바이올린(violin)

แต่ 하지만(접속사)

ยาก 어렵다

กว่า ~보다(비교급)

ที่ (관계대명사)

คิด 생각하다

ครั้ง 번, 회(유별사)

แรก 최초, 처음의

มัก 대게, 자주

เสมอ 늘, 항상

แหละ 바로(어조사)

04 쓰기연습

성조에 맞게 큰 소리로 읽으면서 따라 써 보세요.

A ฉันเพิ่งเริ่มเรียนไวโอลีน แต่ยากกว่าที่คิด

B ครั้งแรกมักยากเสมอแหละ

NOTE

쉬어가기:

태국 노래 한 소절

청취횟수

01 회화문

A กอด หน่อย ได้ไหม

B ด้วย คำ ว่า คิดถึง

02 독음 및 해석

꺼-ㄷ 너이 다이 마이

A กอด หน่อย ได้ไหม

잠시(조금) 안아도 되나요?

두-워이 캄 와- 킫 틍

B ด้วย คำ ว่า คิดถึง

그립다(보고싶다)는 말과 함께.

03

주요단어

กอด 안다, 포옹하다

หน่อย 좀(부탁), 조금(정도)

ได้ไหม ~할 수 있어?(의문)

ด้วย ~와 함께

คำ 말, 단어

ว่า ~라고, ~라는

คิดถึง 보고싶다, 그립다

เพลงไทย 태국노래

04

쓰기연습

성조에 맞게 큰 소리로 읽으면서 따라 써 보세요.

A กอดหน่อยได้ไหม

B ด้วยคำว่าคิดถึง

NOTE

EPISODE: 16 폭 쉬세요

청취횟수

01 회화문

A วันนี้ คง เหนื่อย มาก

กลับ บ้าน แล้ว พักผ่อน ให้ เต็มที่ นะ

02 독음 및 해석

완 니- 콩 느-아이 마-ㄱ

A **วันนี้ คง เหนื่อย มาก**

오늘 많이 피곤할 것 같아요. (피곤해 보여요)

끌랍 바-ㄴ 래-우 팍 펀 하이 뗌 티- 나

กลับ บ้าน แล้ว พักผ่อน ให้ เต็มที่ นะ

집에 가서 푹 쉬세요.

03

주요단어

วันนี้ 오늘

คง 아마~일 것이다

เหนื่อย 피곤하다

มาก 많이(정도부사)

กลับ 돌아가다

บ้าน 집

แล้ว ~고 나서(접속사)

พักผ่อน 휴식(휴양)하다

ให้ (부사화소)

เต็มที่ 최선(전력)을 다해

นะ (친근함의 어조사)

04

쓰기연습

성조에 맞게 큰 소리로 읽으면서 따라 써 보세요.

A วันนี้คงเหนื่อยมาก

กลับบ้านแล้วพักผ่อนให้เต็มที่นะ

NOTE

EPISODE: 17

먹보

청취횟수

01

회화문

A โอ๊ย ค่อยๆ กิน กิน เก่ง เหมือน ใคร นะ

B เหมือน แม่ไง หิว จะ ตาย อยู่ แล้ว

กับข้าว ก็ อร่อย มาก

02

독음 및 해석

오 - 이 커 이 커 이 낀 낀 껭 므-안 크라이 나

A โอ๊ย ค่อยๆ กิน กิน เก่ง เหมือน ใคร นะ

아이고 좀 천천히 먹어! 누굴 닮아서 (그렇게) 먹보니?

므-안 매 - 응아이 히 우 짜 따 - 이 유 - 래 - 우

B เหมือน แม่ไง หิว จะ ตาย อยู่ แล้ว

엄마 닮았잖아요. 배고파 죽겠어요.

깝 카 - 우 꺼- 아 러r - 이 마 - ㄱ

กับข้าว ก็ อร่อย มาก

반찬도 정말 맛있어요.

03

주요단어

โอ๊ย (감탄사)
ค่อยๆ 천천히, 차차
กิน 먹다
เก่ง 잘(한다)
เหมือน ~처럼, 같다
ใคร 누구(의문)
แม่ 엄마
หิว 배고프다
จะ ~할 것이다(미래)
ตาย 죽다
กับข้าว 반찬
ก็ ~도, 또한
อร่อย 맛있다

04

쓰기연습

성조에 맞게 큰 소리로 읽으면서 따라 써 보세요.

A โอ๊ย ค่อยๆ กิน กินเก่งเหมือนใครนะ

B เหมือนแม่ไง หิวจะตายอยู่แล้ว

กับข้าวก็อร่อยมาก

NOTE

EPISODE: 18

행운을 빌어요

청취횟수

01

회화문

A พรุ่งนี้ ต้อง ไป สัมภาษณ์ งาน ตื่นเต้น มาก ๆ

B ขอให้ โชคดี นะ สู้ ๆ!!

02

독음 및 해석

프룽r니- 떵 빠이 쌈 파 - ㄷ 응아-ㄴ 뜨 - ㄴ 뗀 막 마 - ㄱ

A **พรุ่งนี้ ต้อง ไป สัมภาษณ์ งาน ตื่นเต้น มาก ๆ**

내일 면접보러 가야돼요. 너무 떨려요(긴장돼요)

커 - 하 이 초 - ㄱ 디 - 나 쑤 쑤 -

B **ขอให้ โชคดี นะ สู้ ๆ!!**

행운을 빌게요. 파이팅!

03 주요단어

พรุ่งนี้ 내일

ต้อง ~해야한다

ไป 가다

สัมภาษณ์ 면접,인터뷰

งาน 일(업무)

ตื่นเต้น 긴장(흥분)하다

ขอให้ ~(을)를 바랍니다.

โชคดี 행운을 빌어요

สู้ๆ <구어>힘내!, 파이팅!

04 쓰기연습

성조에 맞게 큰 소리로 읽으면서 따라 써 보세요.

A พรุ่งนี้ต้องไปสัมภาษณ์งาน ตื่นเต้นมาก ๆ

B ขอให้โชคดีนะ สู้ ๆ!!

NOTE

EPISODE: 19

잘 부탁드려요

청취횟수

01

회화문

A ฉัน ชื่อ + 이름

ต่อไป จะ มา ทำงาน ร่วมกับ ทุกคน นะคะ

ฝาก เนื้อ ฝาก ตัว ด้วย ค่ะ

02

독음 및 해석

찬 츠-

A **ฉัน ชื่อ + 이름**

제 이름은 ~ 입니다.

떠-빠이 짜 마- 탐응아-ㄴ 루r-웜깝 툭콘 나카

ต่อไป จะ มา ทำงาน ร่วมกับ ทุกคน นะคะ

앞으로 여러분들과 함께 일을 하게 되었습니다.

퐈f-ㄱ 느-아 퐈f-ㄱ 뚜-워 두-워이 카

ฝาก เนื้อ ฝาก ตัว ด้วย ค่ะ

잘 부탁드립니다.

03

주요단어

ชื่อ 이름(이~이다)
ต่อไป 앞으로, 계속해서
มา 오다
ทำงาน 일하다
ร่วม 참여(협동)하다
กับ ~와(전치사)
ทุกคน 모든사람, 여러분
ฝาก 맡기다
เนื้อ 살, 고기
ตัว 몸, 신체
ด้วย ~도, 함께

04

쓰기연습

성조에 맞게 큰 소리로 읽으면서 따라 써 보세요.

A ฉันชื่อ + 이름

ต่อไปจะ มาทำงานร่วมกับทุกคนนะคะ

ฝากเนื้อฝากตัวด้วยค่ะ

NOTE

EPISODE: 20 최선을 다하다

청취횟수

01

회화문

A ช่วย ทำงาน ครั้งนี้ ให้ สำเร็จ ด้วยดี นะคะ

B ได้ ค่ะ จะ ทำ ให้ดี ที่สุด

02

독음 및 해석

추-워이 탐응아-ㄴ 크랑r니- 하이 쌈렌 r 두-워이디- 나 카

A **ช่วย ทำงาน ครั้งนี้ ให้ สำเร็จ ด้วยดี นะคะ**

이번 일은 제대로 (잘) 끝마쳐 주세요.

다이 카 짜 탐 하이디- 티 - 쑫

B **ได้ ค่ะ จะ ทำ ให้ดี ที่สุด**

네. 최선을 다하겠습니다.

03

주요단어

ช่วย (부탁, 요청)

ทำงาน 일하다

ครั้ง 번, 회(유별사)

นี้ 이(지시형용사)

ให้ (부사화소)~하게

สำเร็จ 끝나(내)다

ด้วยดี 훌륭하게, 제대로

ได้ 가능하다, 네(대답)

จะ ~할 것이다(미래)

ทำ 하다

ให้ดี 잘, 좋게

ที่สุด 최상급

04

쓰기연습

성조에 맞게 큰 소리로 읽으면서 따라 써 보세요.

A ช่วยทำงานครั้งนี้ให้ สำเร็จด้วยดีนะคะ

B ได้ค่ะ จะทำให้ดีที่สุด

NOTE

쉬어가기:

유머 태국어

청취횟수

01

회화문

A ถ้า นรก ร้อน กว่า นี้

B สัญญา ว่า จะ เป็น คน ดี ตลอด ไป

02

독음 및 해석

∧ / / / \ /
탕- 나록r 럭r-ㄴ 꽈 - 니-

A ถา นรก รอน กวา นี้

만약 지옥이 이보다 덥다면.

∨ — ∧ \ — — — \ \ —
싼 야 - 와- 짜 뻰 콘 디- 딸 러 - ㄷ 빠이

B สัญญา วา จะ เป็น คน ดี ตลอด ไป

앞으로 착한 사람이 될 거라 약속하겠어.

03

주요단어

ถ้า 만약 ~라면
นรก 지옥
ร้อน 덥다, 뜨겁다
กว่า ~보다(비교급)
นี้ 이(지시대명사)
สัญญา 약속(하다)
ว่า ~라고
จะ ~할 것이다(미래)
เป็น ~이다(되다)
คนดี 착한 사람
ตลอดไป 내내, 쭉

04

쓰기연습

성조에 맞게 큰 소리로 읽으면서 따라 써 보세요.

A ถ้านรกร้อนกว่านี้

B สัญญาว่าจะเป็นคนดีตลอดไป

NOTE

EPISODE: 21 저기요

청취횟수

01

회화문

A กิน บะหมี่ ซอสดำ กัน ดีกว่า

คุณคะ สั่ง อาหาร ด้วย ค่ะ

B ค่ะ จะ สั่ง อะไร ดี คะ

02

독음 및 해석

끤 바 미 - 써 - ㄷ 담 깐 디 - 꽈 -

A **กิน บะหมี่ ซอสดำ กัน ดีกว่า**

짜장면 먹는 게 좋겠어.

쿤 카 쌍 아 - 하 - ㄴ 두 - 워이 카

คุณคะ สั่ง อาหาร ด้วย ค่ะ

저기요, (음식) 주문할게요.

카 짜 쌍 아라r이 디- 카

B **ค่ะ จะ สั่ง อะไร ดี คะ**

네. 무엇을 주문하겠어요?

03 주요단어

กิน 먹다

บะหมี่ (중국식) 국수

ซอส 소스(sause)

ดำ 검정(색)

กัน (둘 이상) 서로

ดีกว่า 낫다, 더 좋다

คุณ 당신, 님, 씨

สั่ง 주문하다

อาหาร 음식

ด้วย (추가동작) ~도(하다)

อะไร 무엇, 뭐[의문사]

ดี 좋다

04 쓰기연습 성조에 맞게 큰 소리로 읽으면서 따라 써 보세요.

A กินบะหมี่ซอสดำกันดีกว่า

คุณคะ สั่งอาหารด้วยค่ะ

B ค่ะ จะสั่งอะไรดีคะ

NOTE

EPISODE: 22

속도위반

청취횟수

01

회화문

A อยู่ดีๆ ดารา คน นั้น ก็ ประกาศ แต่งงาน

B ท้อง ก่อน แต่ง แน่ ๆ

02

독음 및 해석

유-디디- 다-라r- 콘 난 꺼- 쁘라r까-ㄷ 땡응아-ㄴ

A **อยู่ดีๆ ดารา คน นั้น ก็ ประกาศ แต่งงาน**

그 연예인이 갑자기 결혼 발표를 했어요.

터-ㅇ 꺼-ㄴ 땡 내 내

B **ท้อง ก่อน แต่ง แน่ๆ**

속도위반이 분명해요!

03

주요단어

อยู่ดี 느닷없이, 갑자기

ดารา 연예인

คน 사람, 명

นั้น 그(지시형용사)

ประกาศ 선언(공고)하다

แต่งงาน 결혼하다

ท้อง 배, 임신하다

ก่อน ~전에

แต่ง 치장(단장, 결혼)하다

แน่ ๆ 틀림없이, 확실히

ท้องก่อนแต่ง 속도위반

04

쓰기연습

성조에 맞게 큰 소리로 읽으면서 따라 써 보세요.

A อยู่ดีๆ ดาราคนนั้นก็ประกาศแต่งงาน

B ท้องก่อนแต่งแน่ ๆ

NOTE

EPISODE: 23

원샷

청취횟수

01

회화문

A แด่ มิตรภาพ ของ เรา หมดแก้ว

B หมดแก้ว!!

02

독음 및 해석

대 - 믿뜨라r파-ㅂ 커-ㅇ 라r오 몯 깨-우

A **แด่ มิตรภาพ ของ เรา หมดแก้ว!!**

우리의 우정을 위하여! 원샷!

몯 깨-우

B **หมดแก้ว!!**

원샷!

03 주요단어

แด่ ~께 (존칭여격전치사)

ของ ~의(소유격)

หมด 전부, 모두

มิตรภาพ 우정

เรา 우리

แก้ว 컵, 잔(유별사)

04 쓰기연습

성조에 맞게 큰 소리로 읽으면서 따라 써 보세요.

A แด่มิตรภาพของเรา หมดแก้ว!!

B หมดแก้ว!!

NOTE

EPISODE: 24

생일

청취횟수

01

회화문

A พรุ่งนี้ เป็น วันเกิด ฉัน

จะ มา งาน วันเกิด ใช่ รึเปล่า

B ต้อง ไป สิ จะ พลาด ได้ไง

02

독음 및 해석

프룽r니- 뻰 완 끄ㅓ-ㄷ 찬 짜 마- 응아-ㄴ 완 끄ㅓ-ㄷ 차이 르r쁠라-오

A **พรุ่งนี้ เป็น วันเกิด ฉัน จะ มา งาน วันเกิด ใช่ รึเปล่า**

내일 내 생일이야 생일파티에 올거지?

떵 빠이 씨 짜 플라-ㄷ 다이응아이

B **ต้อง ไป สิ จะ พลาด ได้ไง**

그럼 가야지! 어떻게 놓칠 수 있겠어! (놓칠 수 없지!)

03

주요단어

พรุ่งนี้ 내일

เป็น ~이다

วัน 날, 일(day)

เกิด 태어나다

มา 오다

งาน 행사, 이벤트, 일

วันเกิด 생일

ใช่ 맞다, 옳다

รึเปล่า (의문조사)

ต้อง ~해야 한다

ไป 가다

สิ (강조, 명령 어조사)

พลาด 놓치다

ได้ ~할 수 있다

ไง (=อย่างไร) 어떻게

04

쓰기연습

성조에 맞게 큰 소리로 읽으면서 따라 써 보세요.

A พรุ่งนี้เป็นวันเกิดฉัน

จะมางานวันเกิดใช่ รึเปล่า

B ต้องไปสิ จะพลาดได้ไง

NOTE

EPISODE: 25

일벌레

청취횟수

01

회화문

A ฉัน เป็น คน บ้างาน

วันหยุด ก็ ยัง ทำงาน ฉัน รู้ ตัว ดี

02

독음 및 해석

찬 콘 바-응아-ㄴ

A **ฉัน เป็น คน บ้างาน**

저는 일벌레예요. (워커홀릭/일에 미친 사람이에요)

완 윳 y 꺼- 양 탐응아-ㄴ 찬 루- 뚜-워 디-

วันหยุด ก็ ยัง ทำงาน ฉัน รู้ ตัว ดี

휴일 역시 여전히 일을 해요. 저도 잘 알아요.

03 주요단어

ฉัน 저, 나(여성인칭대명사)

เป็น ~이다

คน 사람

บ้า 미치다

งาน 일

วันหยุด 휴일

ยัง 아직, 여전히

ทำงาน 일하다

รู้ตัวดี 잘 알다

04 쓰기연습

성조에 맞게 큰 소리로 읽으면서 따라 써 보세요.

A ฉันเป็นคนบ้างาน

วันหยุดก็ยังทำงาน ฉันรู้ตัวดี

NOTE

쉬어가기: 간판읽기 - 원 플러스 원

청취횟수

01

회화문

ซื้อ หนึ่ง แถม หนึ่ง ฟรี

02

독음 및 해석

쓰- 능 태-ㅁ 능 프f리r-

ซื้อ หนึ่ง แถม หนึ่ง ฟรี

하나 사면 하나가 공짜! (원 플러스 원)

03

주요단어

ซื้อ 사다

หนึ่ง 하나, 1

ฟรี 프리(free)

แถม 덤(으로)주다

04

쓰기연습

성조에 맞게 큰 소리로 읽으면서 따라 써 보세요.

ซื้อหนึ่งแถมหนึ่งฟรี

NOTE

EPISODE: 26 딸바보

청취횟수

01

회화문

A ถ้า มี ลูกสาว น่ารัก แบบนี้ นะ

ฉัน ก็ คง หลง ลูกสาว เหมือนกัน

02

독음 및 해석

∧ — ∧ ∨ ∧ / \ / /
탄- 미- 루-ㄱ싸-우 나-락r 배-ㅂ니- 나

A **ถ้า มี ลูกสาว น่ารัก แบบนี้ นะ**

만약 이렇게 예쁜 딸이 있다면

/ ∧ — ∨ ∧ ∨ ∨ —
찬 꺼- 콩 롱 루-ㄱ싸-우 므-안 깐

ฉัน ก็ คง หลง ลูกสาว เหมือนกัน

나도 아마(분명) 딸바보가 될거야.

03

주요단어

ถ้า 만약~라면(가정법)

มี 있다(소유)

ลูกสาว 딸

น่ารัก 사랑스럽(귀엽)다

แบบนี้ 이렇게, 이처럼

นะ (친근함의 어조사)

ฉัน 저(여성1인칭대명사)

ก็ ~도, 또한

คง 아마도~일 것이다

หลง 도취하다,빠지다

เหมือนกัน ~와 같다

หลงลูกสาว 딸바보

04

쓰기연습

성조에 맞게 큰 소리로 읽으면서 따라 써 보세요.

A ถ้ามีลูกสาวน่ารักแบบนี้นะ

ฉันก็คงหลงลูกสาวเหมือนกัน

NOTE

EPISODE: 27

시작이 반

청취횟수

01

회화문

A ฉัน คง ทำงาน นั้น ไม่ได้ มัน ยาก มาก

B อย่า คิด แบบนี้ สิ แค่ เริ่ม ก็ เข้าใกล้ ความสำเร็จ แล้ว

ตั้งใจ ทำให้ดี ก็ พอ

02

독음 및 해석

찬 콩 탐응아-ㄴ 난 마이다이 만 야-ㄱ 마-ㄱ

A **ฉัน คง ทำงาน นั้น ไม่ได้ มัน ยาก มาก**

저는 그 일을 못 할 것 같아요. 그 일은 너무 어려워요.

야- 킫 배-ㅂ니- 씨 캐- 르ㅓr-ㅁ 꺼- 카오 끌라이 콰-ㅁ쌈렏r 래-우

B **อย่า คิด แบบนี้ สิ แค่ เริ่ม ก็ เข้าใกล้ ความสำเร็จ แล้ว**

그렇게 생각하지 마세요. 시작이 반이에요. (시작만해도 이미 성공에 다가갔어요)

땅 짜이 탐하이디- 꺼- 퍼-

ตั้งใจ ทำให้ดี ก็ พอ

열심히 최선을 다하면 돼요.

03

주요단어

ฉัน 나, 저(여성인칭대명사)

คง ~일 것이다

ทำงาน 일하다

นั้น 그[지시형용사)

ไม่ได้ ~할 수 없다

มัน 그것(3인칭대명사)

ยาก 어렵다

อย่า ~하지 말아라

คิด 생각하다

แบบนี้ 이렇게

แค่ 그저~, 단지, 겨우

เริ่ม 시작하다

ก็ ~도, ~면

เข้าใกล้ 다가가다

ความสำเร็จ 성공

ตั้งใจทำให้ดี 최선을 다하다

พอ 충분하다, 족하다

04

쓰기연습

성조에 맞게 큰 소리로 읽으면서 따라 써 보세요.

A ฉันคงทำงานนั้นไม่ได้ มันยากมาก

B อย่าคิดแบบนี้สิ แค่เริ่มก็เข้าใกล้ความสำเร็จแล้ว

ตั้งใจทำให้ดีก็พอ

NOTE

EPISODE: 28

치맥

청취횟수

01

회화문

A ฝน ตก แบบ นี้ ต้อง กิน ไก่ กับ เบียร์

B เรา ก็ หิว เหมือน กัน สั่ง มา กิน กัน เถอะ

02

독음 및 해석

폰 f 똑 배 - ㅂ 니- 떵 낀 까이 깝 비 - 아

A **ฝน ตก แบบ นี้ ต้อง กิน ไก่ กับ เบียร์**

이렇게 비가 내리면 치맥을 먹어야지.

라r오 꺼- 히우 므 - 안 깐 쌍 마 - 낀 깐 트 ㅓ

B **เรา ก็ หิว เหมือน กัน สั่ง มา กิน กัน เถอะ**

나도 배고파. 시켜 먹자!

03 주요단어

ฝน 비	**ไก่** 닭	**หิว** 배고프다
ตก 떨어지다	**กับ** ~와(과)	**เหมือนกัน** ~와 같다
แบบนี้ 이렇게	**เบียร์** 맥주(beer)	**สั่ง** 주문하다
ต้อง ~해야 한다(의무)	**เรา** 우리, 나	**มา** 오다
กิน 먹다	**ก็** ~도, 또한	**เถอะ** (권유의 어조사)

04 쓰기연습

성조에 맞게 큰 소리로 읽으면서 따라 써 보세요.

A ฝนตกแบบนี้ต้องกินไก่กับเบียร์

B เราก็หิวเหมือนกัน สั่งมากินกันเถอะ

NOTE

EPISODE: 29

잠꾸러기

청취횟수

01

회화문

A ลูกสาว ขี้เซา มาก ปลุก ยังไง ก็ ไม่ ตื่น

B ไม่เป็นไร หรอก ค่ะ เขา ว่ากันว่า

คน ขี้เซา เป็น คน สวย

02

독음 및 해석

루-ㄱ싸-우 키-싸오 마-ㄱ 쁠룩 양아이 꺼- 마이 뜨-ㄴ

A **ลูกสาว ขี้เซา มาก ปลุก ยังไง ก็ ไม่ ตื่น**

딸이 정말 잠꾸러기예요. 아무리 깨워도 안 일어나요

마이 뻰 라r이 러r-ㄱ 카 카오 와-깐와- 콘 키-싸오 뻰 콘 쑤-워이

B **ไม่เป็นไร หรอก ค่ะ เขา ว่ากันว่า คน ขี้เซา เป็น คน สวย**

괜찮아요. 잠꾸러기는 미인이라잖아요.

03 주요단어

ลูกสาว 딸

ขี้เซา 잠꾸러기, 잠보

ปลุก (일으켜)깨우다

ยังไง 어떻게

ตื่น (잠 등에서)깨다

ไม่เป็นไร 괜찮다(관용구)

หรอก 어조사(부정문)

ว่ากันว่า ~라고(들)하다

คน 사람

เป็น ~이다

สวย 예쁘다

04 쓰기연습

성조에 맞게 큰 소리로 읽으면서 따라 써 보세요.

A ลูกสาวขี้เซามาก ปลุกยังไงก็ไม่ตื่น

B ไม่เป็นไรหรอกค่ะ เขาว่ากันว่าคน ขี้เซาเป็นคนสวย

NOTE

EPISODE: 30 깜빡했어요

청취횟수

01

회화문

A ไม่ อยากจะ เชื่อ ฉัน ลืม โทรศัพท์ เอาไว้ ที่ บ้าน

B รีบ กลับไป เอา เถอะ ค่ะ

02

독음 및 해석

마이 야 - ㄱ 짜 츠 - 아 찬 르 - ㅁ 토 라 r 쌉 아오와이 티- 바 - ㄴ

A **ไม่ อยากจะ เชื่อ ฉัน ลืม โทรศัพท์ เอาไว้ ที่ บ้าน**

이럴 수가! 전화기를 깜박 잊고 집에 두고 왔어요.

리r-ㅂ 끌 랍 빠 이 아 오 트 ㅓ 카

B **รีบ กลับไป เอา เถอะ ค่ะ**

어서 (돌아)가서 가지고 오세요.

03

주요단어

ไม่ ~이 아니다[부정화소]

อยาก(จะ) ~하고 싶다

เชื่อ 믿다

ฉัน 저(여성 2인칭대명사)

ลืม 잊(어버리)다

โทรศัพท์ 전화기

เอาไว้ ~어(아)두다

ที่ ~에[장소전치사]

บ้าน 집

รีบ 서두르다

กลับไป 돌아가다

เถอะ [권유, 명령의 어조사]

04

쓰기연습

성조에 맞게 큰 소리로 읽으면서 따라 써 보세요.

A ไม่อยากจะเชื่อ ฉันลืมโทรศัพท์เอาไว้ที่บ้าน

B รีบกลับไปเอาเถอะค่ะ

NOTE

쉬어가기:

간판 읽기 - 주차 금지

청취횟수

회화문

ห้าม จอด รถ ขวาง ทาง เข้า - ออก

독음 및 해석

하-ㅁ 쩌-ㄷ 롣ㄱ 콰-ㅇ 타-ㅇ 카오 어-ㄱ

หาม จอด รถ ขวาง ทาง เขา - ออก

주차해서 출입구를 가로막지 마시오.(출입구를 가로막는 주차금지)

03

주요단어

ห้าม 금지조동사

จอด 주차하다

รถ 차

ขวาง 가로막다, 방해하다

ทาง 길, 방법, 측

เข้า 들(어가)다

ออก 나(가)다

ทางเข้า 입구

ทางออก 출구

04

쓰기연습

성조에 맞게 큰 소리로 읽으면서 따라 써 보세요.

ห้ามจอดรถขวางทางเข้า - ออก

NOTE

EPISODE: 31

옷이 날개

청취횟수

01 회화문

A วันนี้ สวย เป็น พิเศษ เลย นะ

B ขอบคุณ นะ ใส่ เสื้อ ใหม่ น่ะ

ไก่ งาม เพราะ ขน คน งาม เพราะ แต่ง นี่ เนอะ

02 독음 및 해석

완 니 - 쑤-워이 뻰 피 쎄 - ㄷ 르ㅓ-이 나

A **วันนี้ สวย เป็น พิเศษ เลย นะ**

오늘 따라 특히 예쁘세요

커 - ㅂ 쿤 나 싸이 쓰 - 아 마이 나

B **ขอบคุณ นะ ใส่ เสื้อ ใหม่ น่ะ**

고마워요. 새 옷을 입었는데.

까이 응아-ㅁ 프러r 콘 콘 응아-ㅁ 프러r 땡 니- 느 ㅓ

ไก่ งาม เพราะ ขน คน งาม เพราะ แต่ง นี่ เนอะ

옷이 날개네요 그쵸?.

03 주요단어

วันนี้ 오늘

สวย 예쁘다

เป็นพิเศษ 특별하다

เลย 강조부사

นะ (친근함의 어조사)

ขอบคุณ 고맙다

ใส่ 입다, 넣다

เสื้อ 옷(상의)

ใหม่ 새롭다

ไก่ 닭

งาม 아름답다

เพราะ ~때문에[접속사]

ขน 털

แต่ง 치장하다

เนอะ 그렇지?(어조사)

04 쓰기연습

성조에 맞게 큰 소리로 읽으면서 따라 써 보세요.

A วันนี้สวยเป็นพิเศษเลยนะ

B ขอบคุณนะ ใส่เสื้อใหม่น่ะ

ไก่งามเพราะขน คนงามเพราะแต่งนี่เนอะ

NOTE

EPISODE: 32

심쿵

청취횟수

01

회화문

A แค่ ได้ สบตา กับ คน ที่ ชอบ ก็ ใจเต้น แล้ว

B เข้าใจ ความ รู้สึก เลย

02

독음 및 해석

^ ^ \ — \ — ^ ^ ^ \ ^ /
캐- 다이 쏩 따- 깝 콘 티- 처-ㅂ 꺼- 짜이 뗀 래-우

A **แค่ ได้ สบตา กับ คน ที่ ชอบ ก็ ใจเต้น แล้ว**

좋아하는 사람과 그저 눈만 마주쳐도 심쿵해요.

^ — — / \ —
카오 짜이 콰-ㅁ 룽r-쓱 르ㅓ-이

B **เข้าใจ ความ รู้สึก เลย**

느낌 알아요.

03 주요단어

แค่ 그저~, 단지, 겨우

ได้ ~게 되다

สบตา (눈을) 마주보다

กับ ~와, 과

คนที่ ~한 사람

ชอบ 좋아하다

ก็ (앞선 **แค่**와 대응)

ใจเต้น 흥분하다(심쿵)

แล้ว [완료조동사]

เข้าใจ 이해하다

ความ 아직, 여전히

รู้สึก 일하다

รู้ตัวดี 잘 알다

04 쓰기연습

성조에 맞게 큰 소리로 읽으면서 따라 써 보세요.

A แค่ได้สบตากับคนที่ชอบก็ใจเต้นแล้ว

B เข้าใจความรู้สึกเลย

NOTE

EPISODE: 33 삐쳤어요?

청취횟수

01 회화문

A มา สาย อีก แล้ว เหรอ ฉัน ต้อง รอ ทุก ครั้ง เลย

B งอน เหรอ ขอโทษ นะ รถติด มาก น่ะ

02 독음 및 해석

— ∨ ＼ ／ ∨ ／ ∧ — ／ ／ —
마- 싸-이 이-ㄱ 래-우 르ㅓr- 찬 떵 러r- 툭 크랑r 르ㅓ-이

A มา สาย อีก แล้ว เหรอ ฉัน ต้อง รอ ทุก ครั้ง เลย

또 늦은 거야? 내가 매번 기다려야 하잖아.

— ∨ ∨ ∧ ／ ／ ＼ ∧ ＼
응어-ㄴ 르ㅓr- 커-토-ㄷ 나 롣r 띧 마-ㄱ 나

B งอน เหรอ ขอโทษ นะ รถติด มาก น่ะ

삐쳤어? 미안해. 차가 너무 막혔어.

03

주요단어

มา 오다

สาย 늦다

อีก 또, 더, 다시

แล้ว 완료조동사

เหรอ 의문조사

ฉัน 저, 나(여성인칭대명사)

ต้อง ~해야 한다[의무조동사]

รอ 기다리다

ทุก 매, 모든

ครั้ง 회, 번

งอน 삐치다, 토라지다

ขอโทษ 미안하다

รถติด 차가 막히다

มาก 많이, 너무

04

쓰기연습

성조에 맞게 큰 소리로 읽으면서 따라 써 보세요.

A มาสายอีกแล้วเหรอ ฉันต้องรอทุกครั้งเลย

B งอนเหรอ ขอโทษนะ รถติดมากน่ะ

NOTE

EPISODE: 34

너무했어

청취횟수

01

회화문

A ลืม วันเกิด ฉัน ได้ ยังไง ทำ เกินไป แล้ว

B ขอโทษ นะ

02

독음 및 해석

르-ㅁ 완 끄ㅓ-ㄷ 찬 다이 양응아이 탐 끄ㅓㄴ-빠이 래-우

A **ลืม วันเกิด ฉัน ได้ ยังไง ทำ เกินไป แล้ว**

어떻게 내 생일을 잊을 수 있어? 너무했어.

커-토-ㄷ 나

B **ขอโทษ นะ**

미안해.

03

주요단어

ลืม 잊(어버리)다

วัน 날

เกิด 태어나다

วันเกิด 생일

ได้ ~을 할 수 있다

ยังไง 어떻게

ทำ ~을 하다, 만들다

เกินไป 초과하다, (정도)넘다

แล้ว 완료조동사

ขอโทษ 미안하다

ค่ะ 존칭어조사(여성)

04

쓰기연습

성조에 맞게 큰 소리로 읽으면서 따라 써 보세요.

A ลืมวันเกิดฉันได้ยังไง ทำเกินไปแล้ว

B ขอโทษนะ

NOTE

EPISODE: 35

시원섭섭

청취횟수

01

회화문

A　วันนี้ รู้สึก เศร้า ๆ

อารมณ์ ไม่ค่อย ดี ยังไง ก็ ไม่ รู้

02

독음 및 해석

완 니- 룽r-쓱 싸오 싸오

A　**วันนี้ รู้สึก เศร้าๆ**

오늘 시원섭섭한 것 같아요

아-롬r 마이 커이 디- 양응아이 꺼- 마이 루r-

อารมณ์ ไม่ค่อย ดี ยังไง ก็ ไม่ รู้

기분이 그저 그런 게 왜 그런지 모르겠어요.

03 주요단어

วันนี้ 오늘
รู้สึก (감정 등)느끼다
เศร้า 상심(근심)하다
อารมณ์ 기분
ไม่ค่อย 좀처럼 ~않다
ดี 좋다
ยังไง 어떻게
ไม่รู้ ~을 모른다

04 쓰기연습

성조에 맞게 큰 소리로 읽으면서 따라 써 보세요.

A วันนี้รู้สึกเศร้า ๆ

อารมณ์ไม่ค่อยดียังไงก็ไม่รู้

NOTE

쉬어가기:

드라마 명대사 1

청취횟수

01

회화문

ชีวิต คน เรา มัน ก็ คือ การ ต่อสู้

ระหว่าง แรง ภายใน กับ แรง ภายนอก เหมือนกัน

02

독음 및 해석

치 - 윈 콘 라r오 만 꺼- 크 - 까 - ㄴ 떠 - 쑤 -

ชีวิต คน เรา มัน ก็ คือ การ ต่อสู้

우리네 인생은 싸움이다.

라 r 와 - ㅇ 래r-ㅇ 파 - 이 나 이 깝 래r-ㅇ 파 - 이 너 - ㄱ 므 - 안 깐

ระหว่าง แรง ภายใน กับ แรง ภายนอก เหมือนกัน

내력과 외력 간 (싸움)과도 같다.

인생은 내력과 외력 간의 싸움과도 같다.

03

주요단어

ชีวิต 인생

คนเรา 인간

มัน 그것(3인칭대명사)

คือ ~이다, 바로~

การ 명사화소

ต่อสู้ 싸우다

ระหว่าง ~사이에, ~동안

แรง 힘(쓰다), 강하다

ภายใน 내부

กับ ~와(과)

ภายนอก 외부

เหมือนกัน ~와 같다

04

쓰기연습

성조에 맞게 큰 소리로 읽으면서 따라 써 보세요.

ชีวิตคนเรามันก็คือการต่อสู้

ระหว่างแรงภายในกับแรงภายนอกเหมือนกัน

NOTE

EPISODE: 36

맛집

청취횟수

01

회화문

A หิว อะ ไป กิน ข้าว กัน ลอง ไป ร้าน นั้น กัน ไหม

B เห็น ว่า เป็น ร้าน เด็ด

02

독음 및 해석

히우 아 빠이 낀 카-우 깐 러-ㅇ 빠이 랃r-ㄴ 난 깐 마이

A **หิว อะ ไป กิน ข้าว กัน ลอง ไป ร้าน นั้น กัน ไหม**

배고픈데 밥 먹으러 가자. 그(저) 가게 가볼래?

헨 와- 뻰 랃r-ㄴ 덴

B **เห็น ว่า เป็น ร้าน เด็ด**

보니까 맛집이더라.

03 주요단어

หิว 배고프다

อะ 어조사(약한 불평)

ไป 가다

กิน 먹다

ข้าว 밥, 쌀

กัน 서로, 함께

ลอง 시도하다

ร้าน 상점, 가게

นั้น 그[지시형용사)

ไหม 의문조사

เห็นว่า ~라고 생각하다

ร้านเด็ด 맛집

04 쓰기연습

성조에 맞게 큰 소리로 읽으면서 따라 써 보세요.

A หิวอะ ไปกินข้าวกัน ลองไปร้านนั้นกันไหม

B เห็นว่าเป็นร้านเด็ด

NOTE

EPISODE: 37

음치

청취횟수

01 회화문

A อยาก ชวน ไป คาราโอเกะ จัง

B เรา เป็น พวก ร้อง เพลง เสียง หลง น่ะ

ทำ อย่าง อื่น กัน เถอะ

02 독음 및 해석

야 - ㄱ 추 - 원 빠이 카 - 라 r - 오 - 께 짱

A **อยาก ชวน ไป คาราโอเกะ จัง**

노래방에 가자 하고 싶어요.

라r오 뻰 푸 - 웍 러r - ㅇ 플레 - ㅇ 씨 - 양 롱 나

B **เรา เป็น พวก ร้อง เพลง เสียง หลง น่ะ**

우리(나) 음치잖아.

탐 야y - ㅇ 으-ㄴ 깐 트ㅓ

ทำ อย่าง อื่น กัน เถอะ

다른 거 하자.

03

주요단어

อยาก ~하고 싶다

ชวน 권(유)하다

ไป 가다

คาราโอเกะ 노래방

จัง 강조어조사(구어체)

เรา 우리(2인칭), 나(1인칭)

เป็น ~이다

พวก 무리, 일당, 군

ร้องเพลง 노래부르다

เสียงหลง 음이 빗나가다

ทำ 하다

อย่าง 종류, ~처럼

อื่น 다른

กัน 서로, 함께

เถอะ 어조사(권유, 명령)

04

쓰기연습

성조에 맞게 큰 소리로 읽으면서 따라 써 보세요.

A อยากชวนไปคาราโอเกะจัง

B เราเป็นพวกร้องเพลงเสียงหลงน่ะ

ทำอย่างอื่นกันเถอะ

NOTE

EPISODE: 38

종알종알

청취횟수

01

회화문

A　พูด อะไร อยู่ เหรอ

บ่น งึมงำ ฟัง ไม่ค่อย ได้ยิน เลย

02

독음 및 해석

^ \ — \ V
푸-ㄷ 아라r이 유y- 르ㅓr-

A　**พูด อะไร อยู่ เหรอ**

무슨 말하는 거예요?

\ — — — ^ ^ ^ — —
본 응음응암 퐝f 마이 커이 다이 인 르ㅓ-이

บ่น งึมงำ ฟัง ไม่ค่อย ได้ยิน เลย

중얼중얼 거려서 잘 안 들려요.

03

주요단어

พูด 말하다
อะไร 무엇, 뭐[의문사]
อยู่ ~중(현재진행), 있다
เหรอ 의문조사
บ่น 반복하여 말하다
งึมงำ 응얼(종알)대다
ฟัง 듣다
ไม่ค่อย 좀처럼~않다
ได้ยิน 들리다
เลย 강조부사

04

쓰기연습

성조에 맞게 큰 소리로 읽으면서 따라 써 보세요.

A พูดอะไรอยู่เหรอ

บ่นงึมงำ ฟังไม่ค่อยได้ยินเลย

NOTE

EPISODE: 39 밥 잘 챙겨 먹어

청취횟수

01 회화문

A ถึง อยู่ ไกล กัน ก็ ต้อง ดูแล ตัวเอง ดี ๆ

กิน ข้าว ด้วย นะ

B อึม โอเค เธอ ก็ ด้วย นะ

02 독음 및 해석

틍 유y- 끌라이 깐 꺼- 떵 두-래- 뚜-워에-ㅇ 디 디-

A **ถึง อยู่ ไกล กัน ก็ ต้อง ดูแล ตัวเอง ดี ๆ**

멀리 있어도 잘 (보살피며) 지내야 돼!

낀 카-우 두-워이 나

กิน ข้าว ด้วย นะ

밥 잘 챙겨 먹어.

으-ㅁ 오-케- 트ㅓ- 꺼- 두-워이 나

B **อึม โอเค เธอ ก็ ด้วย นะ**

응 알겠어. 너도. (잘 챙겨 먹어)

03

주요단어

ถึง 비록 ~일지라도
อยู่ 있다(존재)
ไกล 멀다
กัน 멀다
ก็ (**ถึง**에 대응하는 연결어)
ต้อง ~해야 한다
ดูแลตัวเอง 자신을 돌보다
ดี 잘, 좋다
กินข้าว 밥을 먹다
ด้วย ~도,함께
เข้าใจ 이해하다
ไหม 의문조사
อืม 음(동의, 인정의 감탄사)
รู้ 알다
นาย 너(친분있는 남자대상)

04

쓰기연습

성조에 맞게 큰 소리로 읽으면서 따라 써 보세요.

A ถึงอยู่ไกลกันก็ต้องดูแลตัวเองดี ๆ

กินข้าวด้วยนะ

B อืมโอเค เธอก็ด้วยนะ

NOTE

EPISODE: 40 겁쟁이

청취횟수

01

회화문

A อ๊าก แมลง กลัว อะ

B ร้องไห้ เลย เหรอ เธอ นี่ มัน ขี้กลัว จริง ๆ

02

독음 및 해석

앜- ㄱ 말 래 - ㅇ 끌루-아 아

A **อ๊าก แมลง กลัว อะ**

악 벌레! 무서워!

렁r-ㅇ하잉 르ㅓ-이 르ㅓr- 트ㅓ- 니- 만 키-끌루-아 찡 찡

B **ร้องไห้ เลย เหรอ เธอ นี่ มัน ขี้กลัว จริง ๆ**

우는 거야? 너 정말 겁쟁이구나!

03 주요단어

อ๊าก 놀람의 감탄사
แมลง 벌레
กลัว 무섭다
จริง 정말, 진짜
ร้องไห้ 울다
เลย 강조부사
เหรอ 의문조사
เธอ 그녀, 너(여성2인칭대명사)
เธอนี่มัน 너이거(구어체)
ขี้กลัว 겁쟁이

04 쓰기연습

성조에 맞게 큰 소리로 읽으면서 따라 써 보세요.

A อ๊าก แมลง กลัวอะ

B ร้องไห้เลยเหรอ เธอนี่มันขี้กลัวจริง ๆ

NOTE

쉬어가기: 드라마 명대사 2

청취횟수

01

회화문

ถ้า เรา มี แรง ภายใน เพียงพอ

ไม่ว่า จะ เกิด อะไร ขึ้น

เรา จะ ทน ต่อ สิ่ง ต่าง ๆ ได้

02

독음 및 해석

탕- 라r오미- 래r-ㅇ 파-이 나이 피-양 퍼-

ถ้า เรามี แรง ภายใน เพียงพอ

만약 우리가 내력을 충분히 가지고 있다면

마이와- 짜 끄ㅓ-ㄷ 아라r이 큰

ไม่ว่า จะ เกิด อะไร ขึ้น

무슨 일이 일어나든지 간에

라r오 짜 톤 떠- 씽 땅따-ㅇ 다이

เรา จะ ทน ต่อ สิ่ง ต่าง ๆ ได้

우리는 어떤 것(일)도 견딜 수 있을 것이다.

03

주요단어

ถ้า 만약~라면

เรา 우리, 나

มี 있다(소유)

แรง 힘(쓰다), 강하다

ภายใน 내부

เพียงพอ 충분(족)하다

ไม่ว่า(จะ) ~를 불문하고

เกิด 발생하다, 태어나다

อะไร 무엇, 뭐(의문사)

ขึ้น 방향부사

ทน 견디다, 참다

ต่อ 계속

สิ่ง 것, 물건

ต่างๆ 각종, 각각

ได้ 할 수 있다

04

쓰기연습

성조에 맞게 큰 소리로 읽으면서 따라 써 보세요.

ถ้าเรามีแรงภายในเพียงพอ

ไม่ว่าจะเกิดอะไรขึ้น

เราจะทนต่อสิ่ง ต่างๆได้

NOTE

EPISODE: 41

새해 복 많이 받으세요

청취횟수

01

회화문

สวัสดี ปี ใหม่ ขอให้ มี ความสุข

สุขภาพ แข็งแรง และ ร่ำรวย นะคะ

02

독음 및 해석

싸 왓 디 - 삐- 마이 커 - 하 이 미- 콰 - ㅁ 쑥

สวัสดี ปี ใหม่ ขอให้ มี ความสุข

복 많이 받으시고 행복하세요.

쑤 카 파 - ㅂ 캥 래 r - ㅇ 래 람r루r-워이 나 카

สุขภาพ แข็งแรง และ ร่ำรวย นะคะ

건강하시고 부자되세요.

03

주요단어

สวัสดี 안녕
ปี 해, 년
ใหม่ 새롭다

ขอให้ ~하시기 바랍니다
มีความสุข 행복하다
สุขภาพ 건강

แข็งแรง 강하다, 튼튼하다
และ 그리고(접속사)
ร่ำรวย 부유하다, 많다

04

쓰기연습

성조에 맞게 큰 소리로 읽으면서 따라 써 보세요.

สวัสดีปีใหม่ ขอให้มีความสุข

สุขภาพแข็งแรง และร่ำรวยนะคะ

NOTE

EPISODE: 42

완전 웃겨

청취횟수

01

회화문

A นัก แสดง ตลก คน นั้น ตลก มาก เลย

B แค่ เห็น หน้า ก็ ตลก มาก แล้ว

02

독음 및 해석

낙 싸대-ㅇ 딸록 콘 난 딸록 마-ㄱ 르ㅓ-이

A **นัก แสดง ตลก คน นั้น ตลก มาก เลย**

저 코메디언 너무 웃겨!

캐- 헨 나- 꺼- 딸록 마-ㄱ 래-우

B **แค่ เห็น หน้า ก็ ตลก มาก แล้ว**

얼굴만 봐도 완전 웃긴 거 있지!

03 주요단어

นัก ~사람(전문가)
แสดง 표현하다
ตลก 익살맞다, 우습다
นั้น 그(지시대명사)
มาก 너무, 많이
เลย 강조부사
แค่ 그저~, 단지, 겨우
เห็น 보(이)다
หน้า 얼굴, 다음, 앞
ก็ (앞선 **แค่**와 대응)

04 쓰기연습

성조에 맞게 큰 소리로 읽으면서 따라 써 보세요.

A นักแสดงตลกคนนั้นตลกมากเลย

B แค่เห็นหน้าก็ตลกมากแล้ว

NOTE

EPISODE: 43

내가 잘못했어

청취횟수

01

회화문

A ขอโทษ

ฉัน ผิด เอง สำนึก ผิด แล้ว

02

독음 및 해석

커 - 토 - ㄷ

A **ขอโทษ**

미안해.

찬 핀 에-ㅇ 쌈 늑 핀 래-우

ฉัน ผิด เอง สำนึก ผิด แล้ว

내가 잘못했어. 잘못을 깨달았어. 반성했어요.

03

주요단어

ขอโทษ 미안하다

ฉัน 저(여성1인칭대명사)

ผิด 잘못(실수)하다

เอง 스스로, 자신의, 직접

สำนึก 후회하다, 반성하다

แล้ว 완료조동사

ไม่เป็นไร 괜찮다(관용구)

เสียดาย 안타깝다, 아깝다

04

쓰기연습

성조에 맞게 큰 소리로 읽으면서 따라 써 보세요.

A ขอโทษ

ฉันผิดเอง สำนึกผิดแล้ว

NOTE

EPISODE: 44

너무 바빠요

청취횟수

01

회화문

A　งาน ยุ่ง มาก จน ลืม เวลา ไป เลย

02

독음 및 해석

응아-ㄴ 융y 마-ㄱ 쫀 르-ㅁ 웨-ㄹ라- 빠이 르ㅓ-이

A　**งาน ยุ่ง มาก จน ลืม เวลา ไป เลย**

저시간을 잊어버릴 정도로 너무 바빠요.

03

주요단어

งาน 일

ยุ่ง 바쁘다

มาก 너무, 정말

จน ~할 정도로

ลืม 잊(어)버리다

เวลา 시간

ไป 부동사(방향성을 나타냄)

เลย 강조부사

04

쓰기연습

성조에 맞게 큰 소리로 읽으면서 따라 써 보세요.

A งานยุ่งมากจน ลืมเวลาไปเลย

NOTE

EPISODE: 45

진정해

청취횟수

01

회화문

A ใจ เย็นๆ ตั้ง สติ หน่อย

ไหน เล่า มา ซิ ว่า มี เรื่อง อะไร

02

독음 및 해석

짜이 옌옌 땅 싸 띠 너이

A **ใจ เย็นๆ ตั้ง สติ หน่อย**

진정해 진정해! 정신 좀 차려!

나이 라오 마- 씨 와- 미- 르r-앙 아라r이

ไหน เล่า มา ซิ ว่า มี เรื่อง อะไร

어디 무슨 일인 지 말해봐.

03

주요단어

ใจ 마음, 심장

เย็น 시원하다, 차갑다

ใจเย็นๆ 진정해(관용구)

ตั้ง ~을 세우다

สติ 정신, 이성, 의식

หน่อย 좀, 조금

ไหน 어느(어디)

เล่า 말하다

มา 부동사(방향성을 나타냄)

ซิ 어조사(명령)

ว่า ~라고(라는)

มี 있다

เรื่อง 이야기, 일, 사건

อะไร 무엇, 뭐(의문사)

04

쓰기연습

성조에 맞게 큰 소리로 읽으면서 따라 써 보세요.

A ใจเย็นๆ ตั้งสติหน่อย

ไหนเล่ามาซิว่ามีเรื่องอะไร

NOTE

쉬어가기: (태국) 어머니 날

청취횟수

01

회화문

A เหนื่อย ไหม ลูก กิน อะไร มา หรือยัง

แม่ ทำ ของ โปรด ลูก ไว้ เยอะ เลย

02

독음 및 해석

느-아이 마이 루-ㄱ 낀 아라r이 마- 르r-양

A **เหนื่อย ไหม ลูก กิน อะไร มา หรือยัง**

피곤하지 얘야. 뭐 좀 먹고 온거니?

매- 탐 커-ㅇ 쁘로r-ㄷ 루-ㄱ 와이 여y 르ㅓ-이

แม่ ทำ ของ โปรด ลูก ไว้ เยอะ เลย

엄마가 니가 좋아하는 거 많이 해 두었단다.

03

주요단어

เหนื่อย 피곤하다
ไหม 의문조사
ลูก 자녀, 자식
กิน 먹다
อะไร 무엇(의문대명사)
มา 오다
หรือยัง (완료여부)의문조사
แม่ 엄마
ทำ 하다, 만들다
ของ 물건, 것 (소유격)~의
โปรด 좋아(선호)하다
ไว้ ~해두다
เยอะ 많다
เลย 강조부사

04

쓰기연습

성조에 맞게 큰 소리로 읽으면서 따라 써 보세요.

A เหนื่อยไหมลูก กินอะไรมาหรือยัง

แม่ทำของโปรดลูกไว้เยอะเลย

NOTE

EPISODE: 46

연휴

청취횟수

01

회화문

A วันหยุด ยาว เธอ จะ ไปเที่ยว ไหน ไหม

B ฉัน อาจ จะ ไปเที่ยว ทะเล ที่ พังงา

02

독음 및 해석

완 윤y 야y-우 트ㅓ- 짜 빠이티-여우 나이 마이

A **วันหยุด ยาว เธอ จะ ไปเที่ยว ไหน ไหม**

연휴인데 어디 놀러 가지 않을래?

찬 아-ㄷ 짜 빠이티-여우 타ㄹ레- 티- 팡응아-

B **ฉัน อาจ จะ ไปเที่ยว ทะเล ที่ พังงา**

난 아마 팡아에 있는 바다로 놀러갈 것 같아.

03 주요단어

วัน 날, 일
หยุด 멈추다, 서다
ยาว 길다
เธอ 너(여성2인칭대명사)
จะ ~할 것이다(미래)
ไปเที่ยว 놀러가다
ไหน 어느(어디)
อาจ(จะ) 아마~일것이다
ทะเล 바다
ที่ ~에(서)
พังงา 팡응아(지역명)

04 쓰기연습

성조에 맞게 큰 소리로 읽으면서 따라 써 보세요.

A วันหยุดยาวเธอจะไปเที่ยวไหนไหม

B ฉันอาจจะไปเที่ยวทะเลที่พังงา

NOTE

EPISODE: 47 잘했어

청취횟수

01

회화문

A ฉัน ทำ การบ้าน เสร็จ แล้ว

เตรียม บทเรียน แล้ว ด้วย เก่ง ไหม

B อืม เก่ง มาก

02

독음 및 해석

찬 탐 까-ㄴ바-ㄴ 쎈 래-우

A **ฉัน ทำ การบ้าน เสร็จ แล้ว**

나는 숙제 다 했어.

뜨리r-얌 볻리r-얀 래-우 두-워이 껭 마이

เตรียม บทเรียน แล้ว ด้วย เก่ง ไหม

예습도 미리 했어. 잘했지?

으-ㅁ 껭 마-ㄱ

B **อืม เก่ง มาก**

응! 정말 잘했어!

03

주요단어

ฉัน 저(여성1인칭대명사)

ทำ 하다, 만들다

การบ้าน 숙제

เสร็จ 끝내다, 마치다

แล้ว 완료조동사

เตรียม 준비하다

บทเรียน 단원, 과

ด้วย ~도, 같이

เก่ง 잘하(한)다

ไหม 의문조사

อืม (긍정,수긍)감탄사

มาก 너무, 정말

ทำดีแล้ว 잘했어(구어체)

04

쓰기연습

성조에 맞게 큰 소리로 읽으면서 따라 써 보세요.

A ฉันทำการบ้านเสร็จแล้ว

เตรียมบทเรียนแล้วด้วย เก่งไหม

B อืม เก่งมาก

NOTE

EPISODE: 48

이 일을 어쩌면 좋지?

청취횟수

01

회화문

A จะ ทำ ยังไง กับ เรื่อง นี้ ดี

B ฉัน จะ ลอง คิด หา วิธี ดู นะ

02

독음 및 해석

\ — — — \ ^ / —
짜 탐 양응아이 깝 르r-앙 니- 디-

A **จะ ทำ ยังไง กับ เรื่อง นี้ ดี**

이 일을 어쩌면 좋지?

/ \ — / V /— — /
찬 짜 러-ㅇ 킨 하- 위티- 두- 나

B **ฉัน จะ ลอง คิด หา วิธี ดู นะ**

내가 방법을 찾아 볼게.

03

주요단어

จะ ~할 것이다

ทำ 하다,만들다

ยังไง 어떻게

กับ ~와(과)

เรื่อง 일, 이야기, 사건

นี้ 이(지시형용사)

ดี 좋다, 잘

ลอง 시도하다

คิด 생각하다

หา 찾다

วิธี 방법

ดู (**ลอง**에 대응)

04

쓰기연습

성조에 맞게 큰 소리로 읽으면서 따라 써 보세요.

A จะทำยังไงกับเรื่องนี้ดี

B ฉันจะลองคิดหาวิธีดูนะ

NOTE

EPISODE: 49

제법인데

청취횟수

01

회화문

A อาหาร ที่ ฉัน ลอง ทำ เป็น ยังไง บ้าง อร่อย ไหม

B อืม ใช้ได้ นะ ทำ ครั้ง แรก จริง เหรอ

02

독음 및 해석

아-하-ㄴ 티- 찬 러-ㅇ 탐 양응아이 바-ㅇ 아러r-이 마이

A **อาหาร ที่ ฉัน ลอง ทำ เป็น ยังไง บ้าง อร่อย ไหม**

내가 해 본 음식 어때? 맛있어?

으-ㅁ 차이다이 나 탐 크랑r 래r-ㄱ 찡 르ㅓr-

B **อืม ใช้ได้ นะ ทำ ครั้ง แรก จริง เหรอ**

응 제법인데. 정말 처음 한 거야?

03

주요단어

อาหาร 음식
ที่ ~한(관계대명사)
ลอง 시도하다
ทำ 하다, 만들다
เป็นยังไงบ้าง 좀어때?
อร่อย 맛있다
ไหม 의문조사
อึม (인정,동의)감탄사
ใช้ได้ 쓸만하다
ครั้งแรก 처음
จริง 정말, 진짜
เหรอ 의문조사

04

쓰기연습

성조에 맞게 큰 소리로 읽으면서 따라 써 보세요.

A อาหารที่ฉันลองทำเป็นยังไงบ้าง อร่อยไหม

B อืม ใช้ได้นะ ทำครั้งแรกจริงเหรอ

NOTE

EPISODE: 50 대박

청취횟수

01

회화문

A เรา สอบ ติด มหาวิทยาลัย ฮาร์วาร์ด แล้ว นะ

B โอ้ว เจ๋ง ยินดี ด้วย

02

독음 및 해석

라r오 써-ㅂ 띧 마하-윋타야-ㄹ라이 하 - 왇 래-우 나

A **เรา สอบ ติด มหาวิทยาลัย ฮาร์วาร์ด แล้ว นะ**

나 하버드 대학교 입학 시험에 붙었어

오-우 쩨-ㅇ 인y디- 두-워이

B **โอ้ว เจ๋ง ยินดี ด้วย**

와우~ 대박! 축하해!

03

주요단어

เรา 우리, 나
สอบ 시험보다
ติด 붙(이)다
มหาวิทยาลัย 대학교
ฮาร์วาร์ด 하버드 (Havard)
แล้ว 완료조동사
นะ 친근함의 어조사
โอ้ว 놀람의 감탄사
เจ๋ง 짱! 대박
สุดยอด 최고, 대박
ยินดี 기쁘다
ด้วย ~도, 함께

04

쓰기연습

성조에 맞게 큰 소리로 읽으면서 따라 써 보세요.

A เราสอบติดมหาวิทยาลัยฮาร์วาร์ดแล้วนะ

B โอ้ว เจ๋งยินดีด้วย

NOTE

쉬어가기: 그립습니다

청취횟수

01
회화문

A ไม่ มี วัน ไหน

ไม่ คิดถึง พระองค์

02
독음 및 해석

마이 미- 완 나이 마이 킫 틍 프라r 옹

A **ไม่ มี วัน ไหน ไม่ คิดถึง พระองค์**

전하(폐하)를 그리워하지 않은 날이 없습니다.

03 주요단어

ไม่ 부정화소
มี ~이 있다
วัน 일, 날
ไหน 어느, 어떤(의문대명사)
คิดถึง 그립다, 보고싶다
พระองค์ 전하, 폐하(대명사)
ต้นไม้ 나무
ของ ~의(소유격)
พ่อ 아빠

04 쓰기연습

성조에 맞게 큰 소리로 읽으면서 따라 써 보세요.

A ไม่มีวันไหน

ไม่คิดถึงพระองค์

NOTE

색인 및 복습

เก็บ ตัว[8]

หน้า เด็ก[10]

นัด ดู ตัว[12]

ถูกใจ[14]

ไม้ แก่ ดัด ยาก[16]

หน้า สด[20]

ขา ยาว สวย[22]

แอ๊บแบ๊ว[24]

ถูก ~ ด่า[26]

เจ้าชู้[28]

ของ ก๊อป[32]

เหม็นขี้หน้า[34]

สเป็ค[36]

แก้วตา ดวงใจ[38]

ครั้งแรกมักยากเสมอ[40]

พักผ่อน ให้ เต็มที่[44]

กิน เก่ง[46]

ขอให้ โชคดี[48]

ฝาก เนื้อ ฝาก ตัว ด้วยนะ[50]

ทำ ให้ดี ที่สุด[52]

คุณคะ[56]

ท้อง ก่อน แต่ง[58]

หมดแก้ว[60]

วันเกิด[62]